शब्दांची किमया

मराठी काव्यसंग्रह

संकलक-नाजीम पठाण

Made with ❤ on the Notion Press Platform
www.notionpress.com

धडपडणाऱ्या नवोदित कविसमूहाला समर्पित..!

अनुक्रमणिका

1. सौ.स्वाती कोरे

सुखाच्या क्षणात | मोगरा फुलावा

गंध पसरावा | आसमंती

दुःखाच्या क्षणात |तुटतात मनं

सोसावेत क्षण |अलवार

यशाच्या क्षणात |जाऊ नये तोल

जाणूनिया मोल | सांभाळावे

निराशेच्या क्षणी |मन ते अशांत

नको करू खंत | सावरावे

प्रेमाच्या क्षणात |उमलून यावे

बहरून जावे | आनंदाने

भक्तीच्या क्षणात | प्रेमाचे भरते

मी पण न उरते | अंतरीत

प्रारब्ध असेल |आपलेच काही

चुकणार नाही | स्वीकारावे

हर एक क्षणी | अनुभव मिळे

जगण्याचे कळे | तत्त्वज्ञान

सुवर्णाक्षरांनी |कोरावीत पाने

जीवनाचे गाणे | फुलवावे

आनंदी रहावे |आनंदी जगावे

सुख ते शोधावे | आपणच

स्वप्न बळीराजाचे

धरतीच्या...कलशात

जलधारा.. बरसती
सुखावल्या... कृषकास
वेध....कामाचे लागती....॥१॥
काळी आई....कसताना
हर्ष होई....अनावर
थेंब ....घामाचे मातीत
जणू मोती... भुईवर.... ॥२॥
साज ..हिरवा लेवून
सजे...जेव्हा वसुंधरा
दिन तो....बळीराजाचा
खरा...दिवाळी, दसरा... ॥३॥
अशी.. साधता पेरणी
चढे...स्वप्नांचे इमले
परि..अवचित कसे
दैव..त्यावर रुसले...॥५॥
जोरदार....बरसला
नाही....कोणास थांबला
पिके...नेता वाहून तो
मागे...डोळ्यांत उरला...॥५॥
स्वप्न...विरूनिया गेले
शब्द...दाटले कंठात
मौन ..ते बोलके झाले
स्तब्ध...झालेल्या ओठात...॥६॥

2. सौ. देविका शेवडे-ठाणे

सार वेचुनिया जगी जीवनाचे
जगुनी स्वतः मी जगा जगविते
माझ्यातच सारे जग सामावते
तरी जग मज अबला म्हणते॥१॥
व्यथा माझी कोणा सांगू कशी ती
देहास माझ्या जन झिजविती
उदरीचा अंकुर हिरावून घेती
स्त्री भ्रूण हत्या कित्येक करीती ॥२॥
फुलविण्यास अंकुर जन्मा मी आले
जन्मा पूर्वी मज मारू लागले
मातृत्व नाकाराया सज्ज झाले
स्त्री जन्म नको ऐसे बोलू लागले ॥३॥
वंशाचा दिवा हवा पणती विझवून
कारे देवा संपवती माझे जीवन
जन्मदर घटावया हेच कारण
वंश वाढविती स्त्री भ्रूण हटवून ॥४॥
समानता स्त्री पुरूषांची अंगी बाणवा
जन्म देऊनिया तुम्ही मुलींना शिकवा
वृद्धपणी तुम्हा त्या देतील विसावा
आधाराची काठी तिला जन्म घेऊ द्यावा ॥५॥
वृत्ती मनाची बदलूनी पहा
मुलगा मुलगी भेद तुम्ही मिटवा

जीवनात असे सर्व घडेल केंव्हा
स्त्रीभृण हत्या जगी थांबेल जेंव्हा ॥६॥

३. कु. वर्षा पडधान/सौ खोब्रागडे

वर्षा पडधान/खोब्रागडे

तू मोत्यांची माळ

तू मोत्यांची माळ, तू सर पावसाची
स्पंदनांचा खेळ, जोड तार हृदयाशी।
तू गंधाचा थेंब, भाळी चांदवा आकाशी
मधोमध पापण्यांच्या स्वप्न रेखाटते नक्षी।
पाकळ्या गुलाबाच्या नाजूक ओठी स्मीत

त्या मोहाच्या क्षणाला, आतुरता गुंफित।
तू बहार वसंताचा, पानोपानी रानोमाळ
खळखळ निर्झराची श्वेत, निर्मळ, प्रांजळ।
इवल्याश्या पंखांवर झेप आकाशी भरारी
हैदोस लाटांचा माजला, तुझे नाव तिरावरी।

भेटली अचानक ती

भेटली अचानक ती, ती सांजवेळ होती
मनात खोलवर कुठेतरी दाटलेली कळ होती
तरी ओठांवर स्मीत देत पुढे ती ही निघून गेली
पुढे मी ही निघून गेलो।
किती बोलकी असे ती, मोजकेच बोलली पण
आठवणीत ठेवलेले वेचले काही क्षण
सुखी असल्याचा आव आणत पुढे ती ही निघून गेली
पुढे मी ही निघून गेलो।
रिता झालो तिच्या पुढे मी, सल मनात खोल
हूंदक्यात साठलेली वर्ष कित्येक अबोल
वाट देवून आसवांना, पुढे ती ही निघून गेली
पुढे मी ही निघून गेलो।
उगाच हसत होती, कधी बोलली काही बाही
जनू मुक्या भावनांना सांगायचे होते काही
पुन्हा एकदा लपवीत पुढे ती ही निघून गेली
पुढे मी ही निघून गेलो।
बघता वळून तिला मग वाटे किती मी चुकलो
आयुष्य भर सुखांला खरोखरीच मुकलो
नशीबास दोष लावीत पुढे ती ही निघाली
पुढे मी ही निघालो।
'ए थांबना जरासा,' ती का म्हणत नाही?

भेटशील का पुन्हा रे? बोलायचे आहे काही
तरी वेळ नाही म्हणत, पुढे ती ही निघून गेली
पुढे मी ही निघून गेलो।
किती सावरासावर ती, सारा जुना पसरा
शब्दात खिन्नता पण चेहरा नितांत हसरा
ठाव मनाचा लपवीत पुढे ती ही निघून गेली
पुढे मी ही निघून गेलो।

4. डॉ. अनिता बेंडाळे

नाव-डॉ. अनिता बेंडाळे
आईचे नाव-मालती नेमाडे
वास्तव्य-बालाजी हाईट्स,फ्लॅट no.2 रिलायन्स पेट्रोल पंपा च्या समोर,गणेश नगर सातपूर एम.आई.डी.सी नाशिक-7
इ मेल-anitabendale1973@gmail. com
शौक्षणिक पात्रता-B. A. M. S
व्यवसाय-दवाखाना
कार्यकाळ
साहित्य क्षेत्रात 88 पासून आहे,कविता क्षेत्रात 2022 पासून आहे
पारितोषिक-अखिल भारतीय लेवा महिला समाज भूषण पुरस्कार
- आनंद कल्याणकारी सामाजिक संस्था काव्य वाचन प्रमाण पत्र
सिद्धीकला सामाजिक प्रतिष्ठान संगमनेर-राज्यस्तरीय निबंध स्पर्धा उतेजनार्थ प्रशस्तीपत्र
अक्षर मुद्रा ट्यूब चॅनल विरार-अभिवाचन प्रमाण पत्र
राज्य स्तरीय आदर्श आरोग्य सेवक सेवा रत्न 2020
क्रांती ज्योती सावित्रीबाई फुले जयंती निमित्त कविता सादरीकरण सन्मान पत्र 2021
राष्ट्रीय काव्यलेखन स्पर्धा पुणे 2021-मराठी भाषेला अभिजात भाषेचा दर्जा मिळावा यासाठी कवितेतून निवेदन प्रशस्तीपत्र

महाराष्ट्र साहित्य परिषद पुणे -शिवजयंती कवी संमेलन सन्मानपत्र

समांतर प्रतिष्ठान वसंतोत्सव 21 -सावित्रीबाई फुले राज्यस्तरीय समाजभूषण पुरस्कार

कर्मयोगी बहु उद्देशीय सेवा भावी नाशिक-राज्यस्तरीय आर्दश सेवक सेवारत्न

आदर्श नागरिक सन्मान 2010

इंदिरा गांधी प्रियदर्शनी अवार्ड 2005 नामांकन

महाराष्ट्र दर्पण सामाजिक कृतज्ञाता पुरस्कार

ऑल इंडिया आचिव्हर्स गोल्ड मेडल अवॉर्ड

महाराष्ट्र साहित्य गौरव पुरस्कार ललित लेखन स्पर्धा

जय भारत राष्ट्र चेतना पुरस्कार 2021 वैद्यकीय सामाजिक क्षेत्र

ऑन लाईन सन्मान पत्र 1 हजार

*शब्दांचे घाव *

झेललेस घाव मनावर तू

शब्दांचे विषारी बाण

तोडल्यास बेड्या स्त्री दासाच्या

शिक्षणाचा घालुनी घाव

झालीस तू विद्येची देवता

माझी सावित्री आई

दगडाचे काय करणार मला

माहीत नाही

घाव शब्दांचे झेलू की हादोड्याचे

खरंच मूर्ती म्हणून तू पूजा करणार का??

शब्द देतात मनावर घाव

मना मोहविते शब्दांचे कोंदण

सोबत शेवटी शब्दाचे गोदण
शब्दांचे सामर्थ्य सर्वांत महान
माझी मातृभाषा देशाची शान
सासूच्या शब्दांचा वज्र प्रहार
सुनेच्या हृदयी करी घाव
सतत घाव बसल्याने
न भरणाऱ्या जखमे प्रमाणे
शब्दांचे एकूण कटू प्रहार
प्रियजन तोडती नात्याचा करार
घाव शब्दांचे घालता
मन दुखावते फार
होते विदीर्ण क्षणात
शब्द बनती कुठार
शब्दच घडवतात
शब्दच बिघडवतात
दुरावलेली मने,
शब्द च जुळवतात त्यामुळे
जे हवं ते मिळत नाही
काय हवं ते कळत नाही
त्यामुळेच तर मनाचं अन
माझं जुळत नाही
माणसा रे माणसा
माणसा रे माणसा
कसा रे असा
सुंदर आपल्या निसर्गाला
विद्रुप करतो असा ??
वृक्ष,वेली, राने-वने

हवा-छाया देतसे
परोपकारी मित्रांवर घाव
कुऱ्हाडाचे घालतो कसे??
सरिता -सागर सरोवरे
जल संपत्तीचा ठेवा असे
मलिन करुनी पाणी
आरोग्य का बिघडवितसे??
प्राणी-पाखरे,डोंगर-मनोरे
सृष्टीचे वैभव शोभे
वृक्ष आमचे मित्र
तयांना तोडू नका
धरिती छाया करिती माया
पसरूनी ही काया
उजाड,उध्वस्त करुनि
भु-मातेस का करिसी ओके-बोके ??
स्वच्छ-शुद्ध वातावरणी
पाने,फुले अन फळे तयाची
लाख मोल ही किमया
जतन तयाचे करू या
प्रेमा प्रेमानी
निसर्ग गातो गाणी
प्रदूषणाची निर्मिती करुनी
पर्यावरणाची का करतो हानी??
निसर्ग आमचा सखा सोबती
देतो जगण्या प्राणवायू किमती
भाजीपाला,फळे,औषध देतो
तोच जीवन भर राही सोबती

देती सारे जे जे जवळी
मनापासून वृक्ष
वृक्ष म्हणू की ऋषी
हे तर जनहित वक्ष
वसा त्यांचा देत राहणे
जपू या मनोमनी
वृक्ष आमचे मित्र

5. डॉ. सौ. हेमलता चौधरी.

परिचय

नाव - डॉ. सौ. हेमलता चंद्रसेन चौधरी.

शिक्षण - B.A.M.S.

व्यवसाय - डॉक्टर

पत्ता - क्लिनिक,

अकोलकर हॉस्पिटल शेजारी

बुरूडगाव रोड.

अहमदनगर. 414001

प्रकाशन व पारितोषिक

१. बेंगळूरू काव्य कट्टा ई- दिवाळी
अंक --- एक काव्य प्रकाशित

२. " काव्यविवेक" काव्यसंग्रह --- एक
काव्य प्रकाशित

३. " जाणीव" दिवाळी अंक 2022---
एक काव्य प्रकाशित

४. " वाचनवेल" दिवाळी अंक 2022--
' पणती ' नावाचा लेख प्रकाशित

५. ' नभरंग महाकाव्यकरंडक ' 2022
आयोजित काव्यस्पर्धेत उत्तेजनार्थ
पारितोषिक.

मी एक अज्ञान पक्षी
बहरलेल्या फुलांनाही,
काट्यांचे ओझे किती ..

खोल खोल पाण्यातही,
जिवाणूंची संख्या किती ..
इवल्याशा देहातही,
विकारांची वर्दी किती..
स्वच्छ सुंदर मनातही,
भावनांची गर्दी किती ..
कडू गोड क्षणांमध्ये,
आसवांच्या धारा किती ..
मनाच्या दिव्यामध्ये,
स्वप्नांच्या वाती किती ..
गर्दीच्या या जगातही,
माणसांमध्ये अंतर किती ..
प्राणप्रिय नात्यांतही,
अहंकार किती ..
मी तर एक अज्ञान पक्षी,
जन्म भोगतो किती ..
आभासी या चक्रात,
सुख शोधतो किती ..

रात्री

दिवस असतात अबोल
पण, बोलतात सारं रात्री
कितीही बेरजा केल्या तरी,
शुन्यात नेतात रात्री ..
उजेडातले धूसर चित्र
उजळतात काळ्या रात्री
उत्तरं शोधता शोधता ,
प्रश्नच बनतात रात्री..

भुतकाळाचा पाढा वाचून
हरवतात अनेक रात्री
आयुष्य जाते संपून,
अन् उरतात फक्त रात्री ..
विश्वासाच्या नात्यावर
सावल्या पडतात रात्री
मुखवट्यातला चेहरा ,
खरा दाखवतात रात्री..
शांततेच्या आवाजात
निपचित पडतात रात्री
वातीसंगे तेल नाही,
जळतात फक्त रात्री ..

6. प्रा. डॉ. मिना सुर्वे

परिचय:-

प्रा. डॉ. मिना वसंतराव सुर्वे
मा . अण्णासाहेब डांगे कॉलेज ऑफ एज्युकेशन आष्टा,
ता. वाळवा जी. सांगली
पिन-४१६३०
मोबाईल नंबर: 95 11 77 10 92

देवू एकतेचा नारा

देश आमुचा जगात भारी

संस्कृती अन परंपरांची रंगत न्यारी

विश्वात प्रसिद्ध आपल्या विठुरायाची वारी

तुळशी वृंदावन प्रत्येकाच्या दारी

नित्यनियमाने वाहतो इथं

अखंड माणुसकीचा झरा

राष्ट्राच्या एकात्मतेसाठी आपण

देऊ एकतेचा नारा....१

भारतीय 26 जानेवारी 1949रोजी

भारतीय संविधान अमलात आले

नागरिकांच्या भावभावनांचे

भारत मातेच्या कुशीत सोने झाले

संविधानातील हक्क अन कर्तव्य बजावूणी

माणुसकीने जोडू भारत सारा

राष्ट्राच्या एकात्मतेसाठी आपण

देवू एकतेचा नारा २

सुजलाम सुफलाम भारत माता
सारे मिळूनी जिवापाड जपू
प्रसंगी देशासाठी आपण
प्राणपणाने बिनधास्त खपू
भारत भूमीचे पावित्र्य जपण्या
संस्काराच्या मशाली उंच धरा
राष्ट्राच्या एकात्मतेसाठी आपण
देवू एकतेचा नारा ३
वनौषधी अन दुर्मिळ लतांनी
नटली आहे भारत माता
वन्यजीव पशु अन पक्षी
यांचा बनूया रक्षण करता
भारतभूच्या विकासाकरिता
पर्यावरण संवर्धनाची कास धरा
राष्ट्राच्या एकात्मतेसाठी आपण
देवू एकतेचा नारा.....४
तिरंगी ध्वजाचे रंग लेवूनी
देश प्रेमात अखंड न्हाऊनी
राष्ट्राची एकता अन अखंडता जपूनी
जातीपाती धर्मभेद टाळूनी
शाहू फुले आंबेडकरांनी दर्शवलेला
समतेचा मार्ग सान्यांनी धरा
राष्ट्राच्या एकात्मतेसाठी आपण
देवू एकतेचा नारा ५

बाप

रक्ताचं होतं त्याच्या कित्येकदा पाणी
काट्याकुट्यातही फिरतो बाप कुटुंबासाठी अनवाणी

प्रेमाचा झरा अखंड
त्याच्या हृदयात वाहतो लेकरांसाठी तो कष्टाला उपाशीपोटी
डसतो
खरंच बाप हा बापच असतो--१--
राबतात त्याचे हात
कुटुंबासाठी दिन रात
जशी दिव्यामध्ये तेवत असते
मऊ कापसाची वात
अनामिक दुःख जवा
लेकराच्या नशिबी भिडतं
बापाचं काळीज तवा मुक्यानच रडतं
सुखदुःखाचा चिखलगाळ काढत आयुष्यभर बसतो
खरंच बाप हा बापच असतो--२--
ढाल बनून राहतो सदैव लेकरासाठी उभा
हाच तर असतो खरा
त्याच्या प्रेमाचा गाभा
कित्येकदा काढतो चिमटा स्वतःच्या तो पोटाला
अन पै-पै जोडतो
लेकराच्या कोटाला
ठिगळ लावलेल्या बंडीत स्वतः नव्याने कंबर कसतो
खरंच बाप हा बापच असतो--३--
साऱ्या कुटुंबाचीचअसतो
तो माय माऊली
जशी रखरखत्या उन्हात हवीहवीशी सावली
कधी कधी होत सारं
त्यालाही अनावर थोडं
पण काटेरी फणसातही

असतात गरे गोड
संसाराचा गाडा ओढून बिचारा बेजार झालेला असतो
लेकरांकडे पाहून मात्र खळखळून हसतो खरंच बाप हा
बापच असतो--४--

संसाराचा गाडा ओढून बिचारा बेजार झालेला असतो
लेकरांकडे पाहून मात्र खळखळून हसतो खरंच बाप हा

7. श्री. मधुकर भिवा जाधव

मधुकर भिवा जाधव, मुंबई

परिचय:

जन्मगांव- कुंभवडे,ता.राजापूर. जि.रत्नागिरी,कोंकण माझा जन्म १९५१ चा, १९५६चे धम्मांतर झाल्यानंतर बाबासाहेबांचे महापरिनिर्वाण झाले, वडील परेल वर्कशॉप मध्ये नोकरीला असल्याने आम्ही दादर विभागातील नायगाव बी डी डी

चाळीत आजोळी म्हणजे आईच्या बाबांकडे रहायला आलो होतो,दादर विभागात जेव्हां बाबासाहेबांच्या सभा होत असत तेव्हा माझे वडील तर कधी माझे थोरले चुलते आम्हां दोन भावंडांना आवर्जुन त्या सभांना घेऊन जात, सभांना असलेली गर्दी न भूतो न भविष्यति अशी असायची,आम्हांला दोघांना आमचे वडिल व चालते खांद्यावर बसवून सभा ऐकायला लावायचे.

महापरिनिर्वाणदिनी आम्ही नायगांवलाच होतो.बाबासाहेबांची प्रेतयात्रा निघाली तेव्हा आम्हाला वडिल व चुलत्यांनी बरोबर नेऊन गर्दीत घुसून खांद्यावर बसवून बाबांचे दर्शन घडवले.गर्दी एव्हढी होती की, काहीजण बाबांचे दर्शन व्हावे म्हणून झाडावर चढून बसले असतांना बसलेली फांदी तुटून काहीजण दगावले. त्याची आठवण माझे मित्र नारायण कांबळे जे "गिरीजासूत"म्हणून कविता लिहितात, त्यांचे संग्रहही आहेत,या मित्राचे वडिल याच अपघातात मृत्यू पावले होते.

या नंतर जागेअभावी म्हणा किंवा माझ्या आजोबांच्या आग्रहास्तव मी भावंडात थोरला म्हणून आजोबांनी मला पुन्हा स्वग्रामी नेले.मी गावच्या शाळेत शिकत होतो, जातीयवादाची धग कायम होती.आजोबा गाव चाकरी करायचे.१९५७ दरम्यान कोकणात धम्मांतराची राळ उठली.मी जे अनुभवले त्याचे सत्य कथन आहे.

"बाप म्हणतोय"

ये तुला मी जगात,

जगायला शिकवतो.

बोट नको धरु तुला,

चालायला शिकवतो.

लेखणी घे हाती तुला,
लिहायला शिकवतो.
पुस्तक घे हाती तुला,
वाचायला शिकवतो.
वाचलास तर वाचशील,
लढायचंय? संघटीत हो!.
जगायचंय? संघर्ष कर,
अन्याया विरुद्ध लढशील,
तर जगात तगशील.
"प्रत्येक समाजात माज आहे"
"समाज आहे तिथे वाद आहे"
देव देव करशील,
भिकेला लागशील.
भिकेचा बहाणा शोधू नको,
हक्काच आपल्या सोडू नको.
जात,धर्म,प्रांत वाद
करण्यात अर्थ नाही
"सर्व धर्म समभाव"
जगण्याचा मंत्र आहे.
ओरडून सांगा जगाला
मी, स्वाभिमान,
विकला नाही.
आणि
"संविधान देतांना,
भेदभाव केला नाही!"

बंद दरवाजे

शोधा!,

सापडतील मुडदे.
परंतु खूनी?,
सांपडणार नाहीत!
तेविसाव्या शतकात,
केव्हढी प्रगती आहे?.
हाय वे बनत आहेत!,
मेट्रो धावत आहे!.
बुलेटला मंजूरी आहे!.
शेती बुडत आहे!.
शेतकर्‍यांना,
कर्जमाफी नाही!.
कर्ज घेणारे,
देशातले नंबरी श्रीमंत आहेत!.
"सुरत" बदल रही है?,
"सुरत"हरवलेली शोधीत आहे,
"सुरत" मतपेटीत बंद आहे!!!.
राजकारणात चाललंय काय?,
वस्त्या जळत आहेत!,
आनंदोस्तव होत आहेत!!.
"रोजी"पांगळी आहे,
"रोटी"आंधळी आहे.
कुंकू लावून बळी,
घेतला जात आहे.
टिळेधारी संत आहेत,
टिळ्यांना कंठ आहे.
जिभेला धार आहे,
धारेला पलटवार आहे.

धर्मा हाती तलवार आहे,
धृतराष्ट्राची शान आहे.
देशी बिबटे,
वस्तीत घुसताहेत.
परदेशी बिबटे,
जंगलात वसताहेत.
शरीराचा बाजार झाला,
'लम्पी' आजार आहे.
एव्हढा दुध पुरवठा,
होतो कुठून?
भेसळ करणारे,
माजोर आहेत!.
आईची किंमत नाही,
त्यांना गाईची किंमत,
काय कळणार?.
बापाची किंमत नाही,
त्यांना बैलांची किंमत,
काय कळणार?
काळ्या मातीशी इमान नाही,
त्यांना बळीचं श्रमदान,
काय कळणार?.
चाणक्या सारखे,
शेंडीला गाठी मारून,
फिरणार्‍यांना.
आतड्याचे पीळ,
काय कळणार?.
सापासारखे दुसर्‍यांच्या,

बीळात घुसणाऱ्यांना.
त्यांची औकात,
कधी कळणार?.
सगळेच धर्मवीर.
हातोडा हाती घेऊन,
मिरवत आहेत!.
दाखले पुराणातले देऊन,
नवा इतिहास,
बडवीत आहेत.
निघाले काशीला,
पानिपत,
घडवीत आहेत.
"बचेंगे तो फिर लढेंगे!"
एकमेकांची जिरवीताहेत.
सोईनुसार संविधानाची,
तोडमोड करीत आहेत.
बंद दरवाजे,
घर माझं जळत आहे!!!
∗प्रिय आजोबांस∗
मी आठ वर्षांचा असतांना गेलात,
तुमचा चेहरा आठवण्याचा प्रयत्न करतो.
माता, पित्यांपेक्षाही जीव लावलात,
तो साठवण्याचा प्रयत्न करतो.
चाकरीची भाकरी आणायचास,
माझ्याच पुढ्यात ठेवायचा.
घास चोचीत भरवतांना,
तु कौतुकाने बघायचास.

मला तुझी ती नजर आठवते,
नजरेत माझ्या साठवते.
आडदांड गडी तू,
नजरेने मवाळ होतास.
ओठावर मिश्यांचा झुपका,
रंगाने गव्हाळ होतास.
डोक्याला मुंडासे,
हाती घुंगुर काठी.
करकरणारे पायताण,
कानात बाळी होती.
शिमग्याचा ढोल,
तुलाच पेलवत होता.
अस्सा कांही हाणायचास,
भल्या भल्यांना झुलवत होतास,
गांवामागे तू नव्हतास,
तुझ्या मागे गांव होतं.
आजोबा तुम्ही गेलात,
तरी गावांत तुमचं नांव होतं.
तुमच्या सावलीत, हे रोपटं वाढलं,
रोपट्याचं झाड झालं.
झाडाची आतां,पानगळ होईल.
हळू, हळू हरवून जाईल,
तेव्हां ते,
तुमच्याच भेटीला येईल....
खरा विद्रोही
खरा विद्रोही बाप माझा,
ज्ञानीयांचा राजा.॥

गांडुळाची औलाद सारी,
आपलेच ढोल बडवीत होते.
फुंकली तुतारी संघर्षाची,
तळे चवदार झाले होते.॥
काळारामही पवित्र झाला
बापाच्या संघर्षाने.
मंदिरातही राम न दिसला,
तेव्हां धर्म बदलला त्याने.॥
गरुड झेप बापाची,
त्याने सुर्याला ग्रासीले.
रचले संविधान देशाचे,
भविष्य देशाचे घडविले.॥
सांभाळा बाळांनो,
तुमच्या हाती झेंडा नीळा.
धुळीस नका मिळवू ,
बापाने परिश्रमाने मिळविला.॥

8. सौ अनुया काळे

हो नाही

हो नाही 'शी ठाम असणं

कधीच चूक नसतं

कारण परिणाम उपाय

बरंच काही मूक असतं

ओझं घेऊन जगणं

गुदमरवून टाकतं अक्षरशः

आवडत नसतंच

नसतंच मुळी मनासारखं

..आधाराच्या फांदीची सततची सवय वाईटच

गुलामासारखी !

स्वतःलाच बिलगावं

मारावी घट्ट मिठी

जगावं समरसून!

छोट्या-मोठ्या आजारांवर उपयुक्त असते

ही 'हो नाही 'ची मात्रा

सुखावते अंतर्बाह्य

नवोदयच जणू !!

नदीकिनारी

सहज एकदा नदीकिनारी बसली ती एकांती

विसरून सारे व्यापताप संमोहित झाली मती

अर्धोन्मिलित नेत्रांनी प्रतिबिंब पाहता जळी

शिरशिरी दाटे तनुवरी गालावर उमटे खळी

माया करितो अपार वारा हळूच बिलगून जातो
आशिष देणाऱ्या रवीकिरणांचा हात डोईवर येतो
रानफुले अन् तृणपाती मजेत झोके घेती
झाडेवेली पशुपाखरे आनंदे गाणी गाती
ऋतू निराळे विविधकाळी बहरती ओसरती
फुलपाखरे गोड मखमली रंग ठेवूनी जाती
मनतळातील सुखदुःखांना कुणी हृदयस्थ मैत्र हवे
भवतालाशी हात मिळवणी अप्रूप वाटे जग हे नवे
या इथे ती रोजच आता रमते संध्याकाळी
तिलाच ती भेटते विहरते भयमुक्त आभाळी .

9. सौ. धनश्री म्हामुणकर

सौ. धनश्री दत्तात्रय म्हामुणकर

परिचय: -

सौ. धनश्री दत्तात्रय म्हामुणकर

शिक्षण - बी. ए.

स्थळ - पुणे महाराष्ट्र

मी लहानाची मोठी मुंबईमध्ये झाले .मी मध्यमवर्गीय कुटुंबातील असून माझे शिक्षण मुंबई युनिव्हर्सिटी मधून झाले आहे.सध्या मी पुणे येथे माझ्या पती व मुलांसह वास्तव्यास आहे.कविता लिहिण्याची आवड असल्यामुळे ती

जोपासली आहे.

दिवसांचे चक्र

दिवसामागून दिवस जातात ,

आयुष्य पुढे पुढे सरकवत

जातात ,

काही ना काहीतरी रोज शिकवत जातात,

आंबटगोड आठवणीं देऊन जातात,

आपल्या परक्यांची जाणीव करून देतात,

जगण्याची नवी उमेद देऊन जातात,

तूच आहेस तुझ्या जीवनाचा शिल्पकार ..

हे हळुवार कानात सांगून जातात,

दिवसामागून दिवस जातात..

स्त्रीचं महत्त्व

येई घराला घरपण एका स्त्रीमुळे,

येई घरास आकार तिच्या दायित्वामुळे,

सगळे नीटनेटके होत असे तिच्याच मुळे,

घराचे घरपण टिकून राहत असे तिच्या वास्तल्यामुळे,

नातीगोती सांभाळली जात असे तिच्या सहनशील वृत्तीमुळे,

उत्तम पीढी घडत असे तिच्या शिकवणीमुळे,

पुरुषमंडळी निर्धास्त घराबाहेर पडत असे तिच्याच मुळे,

कारण त्यांना ठाऊक असे की ती आहे तोवर घट्ट रोवून

आहेत कुटुंबाची पाळेमुळे ,

येत नाही लक्ष्मी संध्याकाळी सात वाजण्याची वाट

पाहिल्यामुळे ,

तर ती येत असे स्त्रीचा सन्मान केल्यामुळे,

संपुर्ण घरास समृद्धी प्राप्त होई ह्या लक्ष्मी रुपी स्त्री मुळ,

येई घराला घरपण एका स्त्री मुळे....

10. श्री. दीपक जाधव, सिंधुदुर्ग

दीपक दिगंबर जाधव

नाव- दीपक दिगंबर जाधव तथा कवी दीपक दिगंबर तळवडेकर पत्ता मु. तळवडे पो.कसवण
ता. कणकवली जि. सिंधुदुर्ग जन्म तारीख 28 मार्च 1969 शिक्षण बी.ए.बी.एड.(भुगोल/हिंदी), एम.ए.(हिंदी). मोबाईल नंबर ९४०५२५७३७२.

इयत्ता ८वीत असताना मी पहिली कविता लिहिली मोक्ष. सम्यक साहित्य संसद सिंधुदुर्ग,कोमसाप सिंधुदुर्ग, दर्पण सांस्कृतिक मंच कणकवली, अक्षरसिंधु कलामंच कणकवली

विद्रोही सांस्कृतिक चळवळ महाराष्ट्र, सिंधुदुर्ग साहित्य संघ निवेदिनी आत्माराम जाधव फाऊंडेशन वेंगुर्ला, इत्यादी साहित्य संस्थांच्या कविसंमेलनात अनेकदा काव्य वाचन प्रसंवाद, किरात, प्रशीक दिवाळी अंक कोल्हापूर, साप्ताहिक बलवंत कोकण, मुंबई, कनकसिंधु कणकवली इत्यादी दिवाळी अंकांमधून कविता प्रकाशित. त्याचप्रमाणे दै. तरुण भारत, दै. पुढारी , दै. रत्नागिरी एक्सप्रेस, दै. रत्नागिरी टाइम्स, , दै. सिंधुदुर्ग समाचार इत्यादी वृत्तपत्रांतून कविता प्रकाशित. तसेच आतापर्यंत ७५ हून अधिक आफलाईन कविसंमेलनात सहभागी तसेच ऑनलाईन ३० हून राज्यस्तरीय कविसंमेलनात कविता सादरीकरण त्याचप्रमाणे अनेक संस्थांकडून ऑनलाईन सन्मानपत्रे , साहित्यरत्न , काव्य गौरव पुरस्कार, स्पर्धांमध्ये क्रमांक मिळलेले आहेत. त्याचप्रमाणे चौधरी प्रकाशन पुणे, या संस्थेने प्रातिनिधिक गुलमोहर या काव्य संग्रहामध्ये माझ्या ६० (साठ) कवितांचा 'तुमसाड' हा काव्यसंग्रह प्रकाशित केलेला आहे. सम्यक साहित्य संसद, सिंधुदुर्ग, या संस्थेचा कार्यकारिणी सदस्य, दर्पण सांस्कृतिक मंच, कणकवली कार्यकारिणी सदस्य, भारतीय बौद्ध महासभा, तालुका शाखा कणकवलीचा माजी पर्यटन विभाग प्रमुख, बौद्धाचार्य, श्रामणेर. मुंबई येथे विविध कंपन्यांमध्ये कामे केली. त्यानंतर राजर्षि छत्रपती शाहू महाराज मतिमंद निवासी विद्यालय, करंजे येथे अधीक्षक, विशेष शिक्षक, वाय. पी. जे. विकास प्रतिष्ठान संचलित प्राथमिक फिरती शाळा शिक्षक, दगडफोड्या, क्रेशरवर काम करणार्‍या मुलामुलींसाठी विना मोबदला अध्यापन केले. तसेच स्वत: नागवंशीय अपंग विना अपंग बहुउद्देशीय संस्था, तळवडे ही संस्था स्थापन करून मतिमंद

मुलांसाठी एक वर्ष शाळा चालवली. पण आर्थिक अडचणी मुळे ती बंद करावी लागली. नंतर बौद्ध हितवर्धक महासंघ, मुंबई, संचलित ओरोस बुद्रुक येथे वसतीगृह अधीक्षक म्हणून तीन वर्षे काम केले. सध्या कणकवली तालुका विकास, ग्रामोद्योग सोसायटी लि. कणकवली या संस्थेत सचिव पदावर नोकरी करीत आहे.

तुझ्यामुळे

तुझ्यामुळे,
परंपरेने आलेला काळाकुट्ट काळोख
आता फरार झाला
गावकूसाबाहेरच्या वस्तींमध्ये
बुद्ध-फुले बहरू लागलीत
तू अंधाररोधक होऊन
प्रकाशसूर्य झालास म्हणून.
तुझ्यामुळे,
स्वतंत्रपणे श्वास घेतोय
निर्भय, निर्मळ बिनधास्तपणे.
तुझ्यामुळे,
लोकशाहीच्या देशात
आम्ही जगतोय आनंदाने
गाडी बंगल्याची चव चाखत
मौजमस्तीत स्वाभिमानाने.

प्रज्ञासुर्या

प्रज्ञासूर्या
मी आठवतोय अनेकदा
तुझा जीवनपट
तुझा इतिहास

चवदार तळ्याचा सत्याग्रह
मनुस्मृति दहन
काळाराम मंदिर प्रवेशाचा सत्याग्रह
आणि बरच काही
तुझ्या लख्ख तेजाने
अंधारही भयभीत झाला
तुझ्या तेजाचा प्रभाव असा की
विषमतावादी व्यवस्थेने
तुझ्या नावाचा जयघोष केलाय
असा तू घटनाकार झालास
आणि तुझ्या संविधानाच्या
किमयेने
सगळ्यानाच नतमस्तक
व्हावं लागल तुझ्यापुढे
ते तुझी जात कायम ठेवूनच
तुला कवठाळू पहाताहेत आता
डॉ. आंबेडकर सर्वांचेच
ते म्हणू लागलेत आता. . .

11. सौ. अस्मिता (तांबे) पाटील

परिचय:

नाव - सौ. अस्मिता (तांबे) गणेश पाटील

आई च नाव - मीनाक्षी तांबे

वास्तव्य - मु. दह्याने,पो.अभोंना, ता. कळवण, जि. नाशिक

Email- asmitapatil999@gmail.com

संपर्क- 8432262851

शैक्षणिक पात्रता - M.A English faculty,

कोचिंग क्लासेस आणि वीरांगना अॅकॅडमी संचालिका व शिक्षिका,

लेखन: -

कविता लिहिण्याची विशेष आवड त्याव्यतिरिक्त लघुकथा, दिर्घकाव्य, गझल, चारोळी इत्यादी लिखाण. नाशिक येथे झालेल्या साहित्य संमेलनात बक्षिसपात्र. तसेच वेगवेगळ्या ठिकाणी काव्यमैफिलीत सहभाग व बक्षिसास पात्र, या पलीकडे जाऊन पेंटिंग, डान्स, आणि फोटोग्राफी चा छंद.

जे हवं ते करता यावं

जे हवं ते करता यावं...

अक्रोशुन रडता अन

खळखळून हसता यावं...

अभाळालाही वाटावा लोभ

स्वातंत्र्याची अशी झेप घेता यावी...

पानगळ होऊन गळता यावं

वसंत होऊन फुलता यावं...
स्वतःच्या मतांनी कधीतरी
स्वतःचं आयुष्य जगता यावं...
उडता यावं बागडता यावं
बेधुंद होऊन गुणगुणता यावं...
आयुष्याचं गीत सखे कधीतरी
स्वतःच्या स्वरांनी सजवता यावं...
स्वतःच करकचलेल्या पाशांतून
स्वतःलाच मुक्त करता यावं....
दुःखाच्या वृक्षाखाली उभं राहून
सुखाची सावली देता यावी...
दुःखाच्या क्षणी ही हसावं,
हसता हसताच सरून जावं...
एकदातरी आयुष्य स्वतःच्या
मतांनी जगता यावं.......

उद्या

उद्या सांजवेळ असेल
पण तोच रंग त्याचा असेलही नसेलही...
असेल हो उगवता सूर्यही रोजचा
पण तोच गार वारा असेलही नसेलही...
गातील कोकीळ उद्याही कदाचित
आमराई उद्या दिसेल न दिसेलही....
आज इमारतींच्या झोपड्या पसरलेल्या
उद्या झोपड्यांचा पाय खचेलही...
वेदनांच्या घुंगरांचा खळखळाट आज
उद्या हास्याचे ठसे उमटतीलही...
जखमांच्या प्रदेशाचे नागरीकरण खोळंबले

उद्‌या शहर घावांचे उभे राहीलही...
हुंकार कित्येक दबले भिंतींआड आज
उद्‌याला भिंत हुंकार भेदेलही...
छाटली पंख जिचे आज खचकन
उद्‌याला शिवून जखमा ती उडेलही...
आप्तांचे वार आज पेलतो छातीवर
पाठीवरचे घाव बंद करतीलही...
नेतांना स्मशानात प्रेत माणसाचे
उठून अतृप्त आक्रोश करेलही...
तोडून पाश ती प्रेमाकरिता तिच्या
उभी खंबीर संकटात राहिलही...
मर्यादांची सीमा जाणून प्रेम त्याग
करून महान होईल न होईलही...

12. सौ. शारदा भुयार

फुलांत सर्व फुल, वेचून पाहिले मी

सावित्रीबाई फुलेंना, निरखून पाहिले मी.

ती ज्योत अशी होती, जी तेलाविना जळाली

विझली कधीच नाही, फुकुन पाहिले कित्येकांनी.

आरसा त्यांच्या मनाचा, निर्मळ खूप होता

विचार त्यात माझे, वाकुन पाहिले मी.

अर्धांगी ज्योतीबाची ती, जिव प्राण होती

पाने त्यांच्या ज्ञानाची, वाचुन पाहिले मी.

जुन्या रुढी पिढ्यांचा, त्यांना त्रास खूप होता त्यांच्याच

कर्तुत्वाने, आज सुखात न्हाहीले मी.....

\- सौ शारदा अतुल भुयार

कारंजा लाड.जि वाशिम

13. श्री. नाजीम पठाण

परिचय:

नाव : नाजीम पठाण

ईमेल: najeempharma@gmail.com

भ्रमणध्वनी क्र: 9561628048

शैक्षणिक पात्रता: PG Diploma in Clinical Research, B.Pharmacy, MA English literature

व्यवसाय: पुणे येथे आयटी मध्ये कार्यरत तसेच मान्यताप्राप्त करियर कोच.

विविध वर्तमानपत्रांतून काव्यलेखन. स्वत:चे दोन काव्यसंग्रह प्रकाशित तसेच सह-कवींसमवेत तीन काव्यसंग्रह प्रकाशित.

साहित्य-सम्राट

साहित्यिक व साहित्य सम्राट झालेत ढीगभर

खरे-खुरे फकस्त मुठभर

पुस्तक खपावे म्हणून चालत्यात चाल

कवितेत मांडत्यात शेतकऱ्यांचे हाल

प्रेमकवींचा जणू आलाय महापूर

ह्यांचे जीवन मात्र रडकी व बेसूर

काहींचे व्रात्य विनोद आणि गुळमुळीत भाषा

दाखवतील का असले साहित्यिक नवपिढीस योग्य दिशा?

9 798889 510734